CU00943818

Impressum
Verlag: BABADADA GmbH, Nedderfeld 112 , 22529 Hamburg
Geschäftsführer / Verlagsleitung: Harald Hof
Druck: Books on Demand GmbH, In de Tarpen 42, 22848 Norderstedt

Imprint
Publisher: BABADADA GmbH, Nedderfeld 112 , 22529 Hamburg, Germany
Managing Director / Publishing direction: Harald Hof
Print: Books on Demand GmbH, In de Tarpen 42, 22848 Norderstedt, Germany

1

- phòng học / klasė
- chia / dalinti
- 186/2
- bảng viết / lenta
- giáo viên / mokytojas
- sân trường / mokyklos kiemas
- giấy / popierius
- viết / rašyti
- cây bút / rašiklis
- bàn làm việc / rašomasis stalas
- cây thước / liniuotė
- sách / knyga
- học sinh / mokinys

cặp đeo vai học sinh

kuprinė

hộp đựng bút

penalas

bút chì

pieštukas

cái gọt bút chì

drožtukas

cục tẩy

trintukas

từ điển tranh minh họa

paveikslėlių žodynas

tập giấy vẽ

piešimo bloknotas

bản vẽ

piešinys

cọ vẽ

teptukas

hộp mực vẽ

dažų dėžutė

cây kéo

žirklės

keo dán

klijai

sách bài tập

vadovėlis

bài tập ở nhà

namų darbai

số

numeris

cộng

pridėti

trừ

atimti

nhân

dauginti

tính toán

skaičiuoti

chữ cái

raidė

ABCDEFG
HIJKLMN
OPQRSTU
VWXYZ

bảng chữ cái

abėcėlė

từ
žodis

văn bản
tekstas

đọc
skaityti

phấn viết
kreida

bài học
pamoka

sổ lớp
dienynas

thi kiểm tra
egzaminas

chứng chỉ
pažymėjimas

đồng phục học sinh
mokyklinė uniforma

giáo dục
išsilavinimas

từ điển bách khoa
enciklopedija

đại học
universitetas

kính hiển vi
mikroskopas

bản đồ
žemėlapis

thùng rác giấy
šiukšliadėžė

khách sạn
viešbutis

nhà trọ
svečių namai

quầy đổi tiền
valiutos keitykla

va li
lagaminas

xe ô tô
mašina

ngôn ngữ

kalba

có / không

taip / ne

ô kê

Gerai

Xin chào

sveiki

thông dịch viên

vertėjas raštu

cám ơn

Ačiū

... bao nhiêu tiều?

kiek kainuoja...?

tôi không hiểu

aš nesuprantu

vấn đề

problema

Xin chào! (buổi tối)

Labas vakaras!

xin chào! (buổi sáng)

Labas rytas!

chúc ngủ ngon!

Labos nakties!

tạm biệt

viso gero

hướng đi

kryptis

hành lý

bagažas

túi xách

krepšys

túi ba lô

kuprinė

khách

svečias

phòng

kambarys

túi ngủ

miegmaišis

lều

palapinė

thông tin du lịch

turizmo informacija

bãi biển

paplūdimys

thẻ tín dụng

kreditinė kortelė

ăn sáng

pusryčiai

ăn trưa

pietūs

ăn tối

vakarienė

vé xe

bilietas

thang máy

liftas

tem bưu điện

pašto ženklas

biên giới

siena

hải quan

muitinė

đại sứ quán

ambasada

thị thực

viza

hộ chiếu

pasas

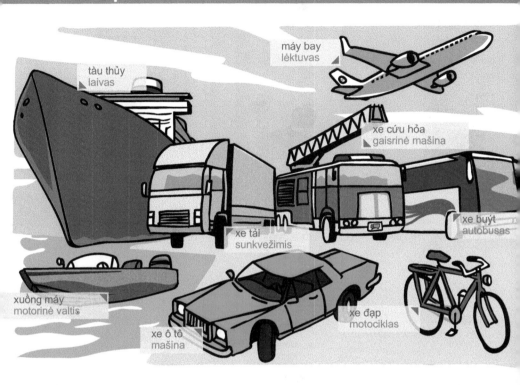

máy bay
lėktuvas

tàu thủy
laivas

xe cứu hỏa
gaisrinė mašina

xe tải
sunkvežimis

xe buýt
autobusas

xuồng máy
motorinė valtis

xe ô tô
mašina

xe đạp
motociklas

phà

keltas

xuồng

valtis

xe máy

mopedas

xe cảnh sát

policijos automobilis

xe đua

lenktyninis automobilis

xe cho thuê

nuomojamas automobilis

dịch vụ thuê xe tự lái

bendras automobilio naudojimas

xe kéo cứu hộ

techninės pagalbos automobilis

xe rác

šiukšliavežė

động cơ

variklis

xăng

degalai

trạm xăng

degalinė

biển báo giao thông

kelio ženklas

giao thông

eismas

ách tắc giao thông

eismo spūstis

bãi đậu xe

našinų stovėjimo aikštelė

nhà ga

traukinių stotis

đường ray

bėgiai

xe lửa

traukinys

tàu điện

tramvajus

toa xe

vagonas

máy bay trực thăng

sraigtasparnis

sân bay

oro uostas

tháp

bokštas

hành khách

keleivis

côngtenơ

konteineris

thùng các-tông

dėžė

xe đẩy

vežimėlis

cái giỏ

krepšys

cất cánh / hạ cánh

pakilti / nusileisti

thành phố

miestas

làng

kaimas

trung tâm thành phố

miesto centras

nhà

namas

rạp chiếu phim
kino teatras

quảng cáo
reklama

đèn đường
gatvės žibintas

đường phố
gatvė

taxi
taksi

người đi bộ
pėstysis

quán ăn nhẹ
kioskas

vỉa hè
šaligatvis

đèn hiệu giao t
šviesoforas

ngã tư giao th
sankryža

phần đường có vạch cho người đi bộ
pėsčiųjų perėja

thùng rác lớn
šiukšliadėžė

nhà chòi

trobelė

căn hộ

butas

nhà ga

traukinių stotis

tòa thị chính

rotušė

viện bảo tàng

muziejus

trường học

mokykla

đại học
universitetas

ngân hàng
bankas

bệnh viện
ligoninė

khách sạn
viešbutis

hiệu thuốc
vaistinė

văn phòng
biuras

hiệu sách
knygynas

cửa hiệu
parduotuvė

cửa hiệu bán hoa
gėlių parduotuvė

siêu thị
prekybos centras

chợ
turgus

cửa hàng bách hóa
universalinė parduotuvė

người bán cá
žuvies parduotuvė

trung tâm mua bán
prekybos centras

bến cảng
uostas

công viên
parkas

ghế băng
suoliukas

cầu
tiltas

cầu thang
laiptai

tàu điện ngầm
metro

đường hầm
tunelis

trạm xe buýt
autobusų stotelė

quán bar
baras

khách sạn
restoranas

hòm thư công cộng
lauko pašto dėžutė

bảng hiệu đường
kelio ženklas

đồng hồ đậu xe
parkomatas

vườn bách thú
zoologijos sodas

bể bơi
baseinas

nhà thờ Hồi giáo
mečetė

nông trại
ūkininko ūkis

ô nhiễm môi trường
tarša

nghĩa trang
kapinės

nhà thờ
bažnyčia

sân chơi
žaidimų aikštelė

ngôi đền
šventykla

phong cảnh
kraštovaizdis

thung lũng
slėnis

đồi
kalva

hồ nước
ežeras

rừng
miškas

sa mạc
dykuma

núi lửa
ugnikalnis

lâu đài
pilis

cầu vồng
vaivorykštė

nấm
grybas

cây cọ
palmė

con muỗi
uodas

con ruồi
musė

con kiến
skruzdėlė

con ong
bitė

con nhện
voras

bọ cánh cứng

vabalas

con ếch

varlė

con sóc

voverė

con nhím

ežys

con thỏ

kiškis

con cú

peléda

con chim

paukštis

thiên nga

gulbė

heo rừng

šernas

con hươu

elnias

nai sừng tấm

briedis

đê

užtvanka

tuabin gió

vėjo jėgainė

tấm năng lượng mặt trời

saulės baterija

khí hậu

klimatas

ồi bàn
adavėjas

thực đơn
meniu

ghế
kėdė

súp
sriuba

bánh pizza
pica

n trải bàn
tiesė

bộ dao nĩa ăn
stalo įrankiai

món ăn khai vị
užkandis

món ăn chính
pagrindinis patiekalas

món tráng miệng
desertas

thức uống
gėrimai

thức ăn
maistas

cái chai
butelis

thức ăn nhanh

greitai pateikiamas maistas

thức ăn đường phố

gatvės maistas

ấm trà

arbatinukas

hộp đường

cukrinė

khẩu phần

porcija

máy pha espresso

espreso aparatas

ghế cao

aukšta kėdė

hóa đơn

sąskaita

khay

padėklas

dao

peilis

nĩa

šakutė

thìa

šaukštas

thìa uống trà

arbatinis šaukštelis

khăn ăn

servetėlė

cốc thủy tinh

stiklinė

đĩa
lėkštė

đĩa súp
sriubos lėkštė

đĩa lót cốc
padėklas

nước sốt
padažas

lọ muối
druskinė

cái xay tiêu
pipirų malūnėlis

giấm
actas

dầu
aliejus

gia vị
prieskoniai

nước xốt cà chua
kečupas

tương hạt cải
garstyčios

nước sốt mayonnaise
majonezas

chào giá đặc biệt
specialus pasiūlymas

khách hàng
pirkėjas

sản phẩm từ sữa
pieno produktai

trái cây
vaisiai

xe đẩy mua sắm
troleibusas

lò mổ

mėsos parduotuvė

cửa hiệu bán bánh mì

kepykla

cân nặng

sverti

rau quả

daržovės

thịt

mėsa

thức ăn đông lạnh

šaldytas maistas

lát thịt nguội

šalti mėsos užkandžiai

đồ hộp

konservai

bột giặt

skalbimo milteliai

đồ ngọt

saldumynai

sản phẩm dùng trong gia đình

ūkinės prekės

chất tẩy rửa

valymo priemonės

người bán hàng

pardavėja

quầy trả tiền

kasos aparatas

nhân viên thu ngân

kasininkas

danh sách mua sắm

pirkinių sąrašas

giờ mở cửa

darbo valandos

ví tiền

piniginė

thẻ tín dụng

kreditinė kortelė

túi đeo

maišelis

túi ny lông

plastikinis maišelis

nước

vanduo

sữa

pienas

nước quả ép

sultys

coca-cola

kola

rượu vang

vynas

bia

alus

cồn

alkoholis

cacao

kakava

trà

arbata

cà phê

kava

espresso

espresas

cappuccino

kapučinas

chuối

bananas

quả táo

obuolys

quả cam

apelsinas

dưa hấu

arbūzas

chanh

citrina

cà rốt

morka

tỏi

česnakas

tre

bambukas

củ hành

svogūnas

nấm

grybas

hạt dẻ

riešutai

mì

makaronai

mì spaghetti

spagečiai

cơm

ryžiai

xà lách

salotos

khoai tây chiên

traškučiai

khoai tây chiên

keptos bulvės

bánh pizza

pica

bánh hamburger

mėsainis

bánh mì sandwich

sumuštinis

thịt côtlet

pjausnys

thịt giăm bông

kumpis

xúc xích

saliamis

dồi

dešrelė

gà

vištiena

rán

kepsnys

cá

žuvis

cháo yến mạch

avižų dribsniai

cháo muesli

dribsniai su priedais

bánh bột ngô nướng

kukurūzų dribsniai

bột mì

miltai

bánh sừng bò

prancūziškasis ragelis

bánh mì

bandelė

bánh mì

duona

bánh mì nướng

skrebutis

bánh bích quy

sausainiai

bơ

sviestas

sữa đông

varškė

bánh ngọt

tortas

trứng

kiaušinis

trứng rán

kiaušinienė

pho mát

sūris

kem
ledai

đường
cukrus

mật ong
medus

mứt
uogienė

kem nougat
tepamas šokoladas

cà ri
karis

thức ăn - maistas

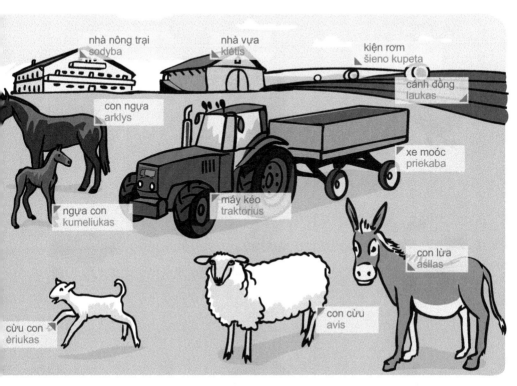

nhà nông trại
sodyba

nhà vựa
klėtis

kiện rơm
šieno kupeta

cánh đồng
laukas

con ngựa
arklys

xe moóc
priekaba

máy kéo
traktorius

ngựa con
kumeliukas

con lừa
asilas

con cừu
avis

cừu con
èriukas

con dê

ožys

con bò

karvė

con bê

veršis

con lợn

kiaulė

lợn con

paršelis

bò đực

bulius

con ngỗng

žąsis

con vịt

antis

gà con

viščiukas

gà mái

višta

gà trống

gaidys

con chuột

žiurkė

mèo

katė

chuột nhắt

pelė

bò đực

jautis

con chó

šuo

nhà chuồng chó

šuns būda

ống tưới vườn cây

sodo namas

thùng tưới cây

laistytuvas

lưỡi hái

dalgis

cái cày

plūgas

nông trại - ūkininko ūkis

cái liềm

pjautuvas

cái cuốc

kauptukas

cái chĩa

šakės

cái rìu

kirvis

xe cút kít

statinė

máng ăn

lovys

lọ sữa

bidonas

bao tải

maišas

hàng rào

tvora

chuồng

arklidė

nhà kính trồng cây

šiltnamis

đất trồng

dirva

hạt giống

sėkla

phân bón

trąšos

máy gặt đập liên hợp

kombainas

thu hoạch
rinkti

mùa thu hoạch
derlius

khoai lang
saldžiosios bulvės

lúa mì
kviečiai

đậu nành
soja

khoai tây
bulvė

ngô
kukurūzai

hạt cải dầu
rapsai

cây ăn trái
vaismedis

sắn
manijokas

ngũ cốc
grūdai

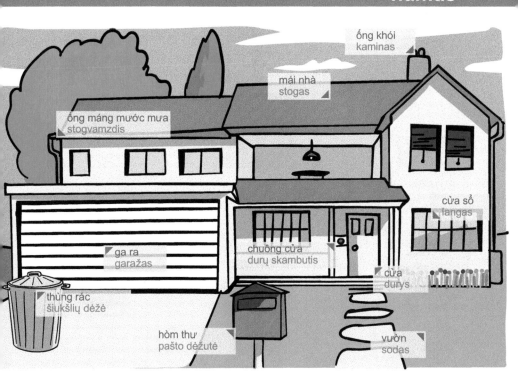

ống khói
kaminas

mái nhà
stogas

ống máng mước mưa
stogvamzdis

cửa sổ
langas

ga ra
garažas

chuông cửa
durų skambutis

cửa
durys

thùng rác
šiukšlių dėžė

hòm thư
pašto dėžutė

vườn
sodas

phòng khách
svetainė

phòng tắm
vonios kambarys

bếp
virtuvė

phòng ngủ
miegamasis

phòng trẻ em
vaiko kambarys

phòng ăn
valgomasis

nền nhà

grindys

tường

siena

trần nhà

lubos

tầng hầm

rūsys

tắm hơi

sauna

ban công

balkonas

sân hiên

terasa

bể bơi

baseinas

máy cắt cỏ

žoliapjovė

khăn trải giường

paklodė

khăn trải giường

lovatiesė

giường

lova

chổi

šluota

cái xô

kibiras

công tắc điện

jungiklis

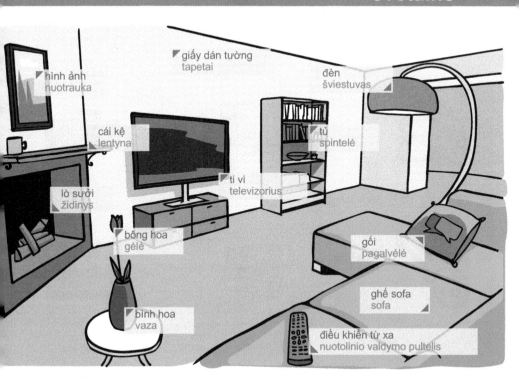

giấy dán tường / tapetai

hình ảnh / nuotrauka

đèn / šviestuvas

cái kệ / lentyna

tủ / spintelė

ti vi / televizorius

lò sưởi / židinys

bông hoa / gėlė

gối / pagalvėlė

bình hoa / vaza

ghế sofa / sofa

điều khiển từ xa / nuotolinio valdymo pultelis

thảm
kilimas

rèm
užuolaida

cái bàn
stalas

ghế
kėdė

ghế bập bênh
supamasis krėslas

ghế bành
fotelis

sách
knyga

cái chăn
antklodė

đồ trang trí
papuošimai

củi
malkos

phim
filmas

máy hi-fi
stereo aparatūra

chìa khóa
raktas

báo
laikraštis

bức tranh
paveikslas

áp phích
plakatas

radio
radijas

sổ ghi chép
užrašų knygelė

máy hút bụi
dulkių siurblys

cây xương rồng
kaktusas

cây nến
žvakė

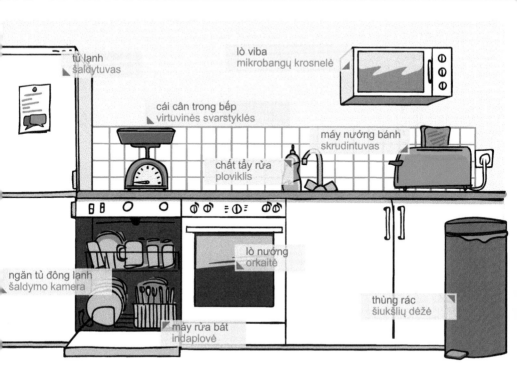

tủ lạnh
šaldytuvas

lò viba
mikrobangų krosnelė

cái cân trong bếp
virtuvinės svarstyklės

máy nướng bánh
skrudintuvas

chất tẩy rửa
ploviklis

lò nướng
orkaitė

ngăn tủ đông lạnh
šaldymo kamera

thùng rác
šiukšlių dėžė

máy rửa bát
indaplovė

lò nấu
....
viryklė

nồi
....
puodas

nồi sắt
....
ketaus puodas

chảo
....
„wok" keptuvė

chảo
....
keptuvė

ấm đun nước
....
virdulys

nồi đun hơi

garų puodas

khay lò nướng

kepimo skarda

bát đĩa

porceliano indai

cốc

puodelis

cái bát

dubuo

đũa

valgomosios lazdelės

cái vá

samtis

bàn xèng

mentelė

que đánh kem

plaktuvas

rây dùng trong bếp

koštuvas

cái rây lọc

sietas

cái nạo

trintuvė

vữa

grūstuvė

vỉ nướng

kepsninė

ngọn lửa trần

atvira liepsna

cái thớt

pjaustymo lentelė

trục cán bột

kočėlas

cái mở nút chai

kamščiatraukis

vỏ đồ hộp

skardinė

cái mở vỏ đồ hộp

skardinių atidarytuvas

miếng nhấc nồi

puodkėlė

bồn rửa bát

kriauklė

bàn chải

šepetys

miếng xốp

kempinė

máy xay

trintuvas

tủ đông lạnh

šaldiklis

bình sữa cho trẻ sơ sinh

kūdikių buteliukas

vòi nước

čiaupas

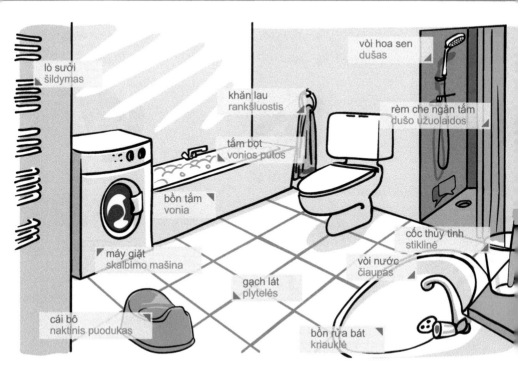

lò sưởi
šildymas

khăn lau
rankšluostis

vòi hoa sen
dušas

rèm che ngăn tắm
dušo užuolaidos

tắm bọt
vonios putos

bồn tắm
vonia

cốc thủy tinh
stiklinė

máy giặt
skalbimo mašina

vòi nước
čiaupas

gạch lát
plytelės

cái bô
naktinis puodukas

bồn rửa bát
kriauklė

bồn cầu

unitazas

bồn cầu ngồi xổm

tupimasis unitazas

bồn rửa hậu môn

bidė

bồn tiểu tiện

pisuaras

giấy vệ sinh

tualetinis popierius

bàn chải cọ bồn cầu

unitazo šepetys

bàn chải đánh răng

dantų šepetėlis

kem đánh răng

dantų pasta

chỉ nha khoa

dantų siūlas

rửa

plauti

vòi sen cầm tay

dušo galvutė

vòi rửa hậu môn

higieninis dušas

bồn rửa

praustuvas

bàn chải cọ lưng

nugaros plaušinė

xà phòng

muilas

sữa tắm

dušo želė

dầu gội

šampūnas

khăn cọ để tắm

plaušinė

lỗ thoát nước

kanalizacija

kem

kremas

chất khử mùi

dezodorantas

gương
veidrodis

gương tay
veidrodėlis

dao cạo râu
skustuvas

kem cạo râu
skutimosi putos

nước thơm dùng sau khi
cạo râu
losjonas po skutimosi

cái lược
šukos

bàn chải
šepetys

máy xấy tóc
plaukų džiovintuvas

keo xịt tóc
plaukų lakas

đồ trang điểm
makiažas

thỏi son môi
lūpdažis

sơn bôi móng
nagų lakas

bông
vata

kéo cắt móng
žirklutės nagams

nước hoa
kvepalai

túi đựng đồ tắm

maišelis skalbiniams

ghế đẩu

taburetė

cái cân

svarstyklės

áo choàng tắm

chalatas

găng tay làm vệ sinh

guminės pirštinės

nút gạc

tamponas

băng vệ sinh

higieninis įklotas

nhà vệ sinh hóa chất

biotualetas

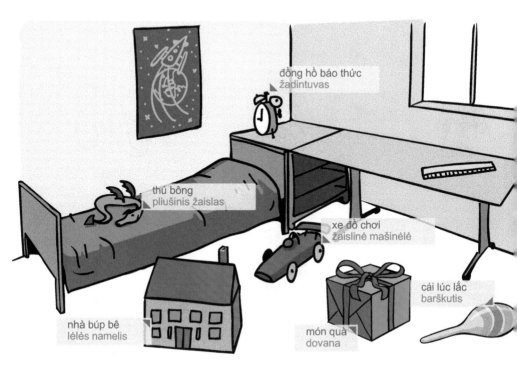

đồng hồ báo thức
žadintuvas

thú bông
pliušinis žaislas

xe đồ chơi
žaislinė mašinėlė

cái lúc lắc
barškutis

nhà búp bê
lélės namelis

món quà
dovana

bong bóng

balionas

giường

lova

xe nôi

vaikiškas vežimėlis

trò chơi bài

kortų malka

trò chơi ghép hình

delionė

truyện tranh

komiksai

gạch Lego

lego kaladėlės

khối xếp hình

žaislinės kaladėlės

nhân vật hành động

figūrėlė

liền quần cho trẻ sơ sinh

šliaužtinukai

đĩa nhựa để ném

mėtymo lėkštė

đồ chơi treo trên giường

karuselė

trò chơi cờ bàn

stalo žaidimas

xúc xắc

kauliukai

đồ chơi xe lửa mô hình

žaislinis traukinys

ti giả

žindukas

buổi tiệc

vakarėlis

sách tranh

paveiksliukų knygelė

quả bóng

kamuolys

búp bê

lėlė

chơi

žaisti

hố cát

smėlio dėžė

cái đu

sūpynės

đồ chơi

žaislai

máy chơi game cầm tay

žaidimų konsolė

xe ba bánh

triratukas

gấu bông

meškiukas

tủ quần áo

drabužių spinta

y phục
drabužis

bít tất

kojinės

bít tất dài

kojinės virš kelių

quần tất

pėdkelnės

khăn choàng cổ
šalikas

ô che mưa
skėtis

áp phông
marškinėliai

ày thắt lưng
žas

ủng
ilgaauliai batai

dép đi trong nhà
šlepetės

giày sneaker
sportbačiai

dép xăng đan
sandalai

giày
batai

ủng cao su
guminiai batai

quần lót
trumpikės

áo ngực
liemenėlė

áo vest
liemenė

áo ôm sát cơ thể

glaustinukė

quần dài

kelnės

quần bò

džinsai

váy

sijonas

áo cánh

palaidinė

áo sơ mi

marškiniai

áo len chui đầu

megztinis

áo len

megztinis su gobtuvu

áo blazer

švarkelis

áo jacket

švarkas

áo khoác

paltas

áo mưa

lietpaltis

trang phục

kostiumas

áo váy

suknelė

áo cưới

vestuvinė suknelė

bộ com lê
kostiumas

áo ngủ
naktiniai marškiniai

pijama
pižama

trang phục sari
saris

khăn trùm đầu
skarelė

khăn đội đầu
tiurbanas

áo burka
burka

áo captan
kaftanas

áo aba
abaja

quần áo bơi
maudymosi kostiumėlis

quần bơi
glaudės

quần đùi
šortai

quần áo tracksuit
sportinis kostiumas

tạp dề
prijuostė

găng tay
pirštinės

cái cúc
saga

kính mắt
akiniai

vòng đeo tay
apyrankė

vòng cổ
vėrinys

nhẫn
žiedas

hoa tai
auskaras

mũ lưỡi trai
kepurė

cái mắc treo áo quần
pakabas

mũ
skrybėlė

cà vạt
kaklaraištis

dây kéo phéc mơ tuya
užtrauktukas

mũ bảo hiểm
šalmas

dây đeo quần
breketai

đồng phục học sinh
mokyklinė uniforma

đồng phục
uniforma

yếm trẻ em

seilinukas

ti giả

žindukas

tã lót

vystyklai

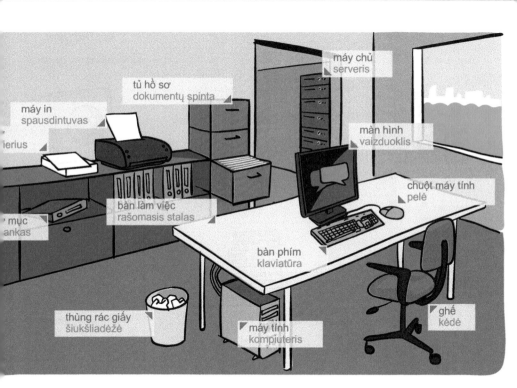

máy chủ
serveris

tủ hồ sơ
dokumentų spinta

máy in
spausdintuvas

ierius

màn hình
vaizduoklis

chuột máy tính
pelė

bàn làm việc
rašomasis stalas

mục
ankas

bàn phím
klaviatūra

thùng rác giấy
šiukšliadėžė

máy tính
kompiuteris

ghế
kėdė

cốc cà phê

kavos puodelis

máy tính bỏ túi

kalkuliatorius

internet

internetas

laptop

nešiojamasis kompiuteris

thư

laiškas

tin nhắn

žinutė

điện thoại di động

mobilusis telefonas

mạng

tinklas

máy photocopy

fotokopijavimo aparatas

phần mềm

programinė įranga

điện thoại

telefonas

ổ cắm điện

kištukinis lizdas

máy fax

faksas

mẫu đơn

forma

chứng từ

dokumentas

mua
....
pirkti

trả tiền
....
mokėti

buôn bán
....
prekiauti

tiền
....
pinigai

đô la
....
doleris

Euro
....
euras

yên
....
jena

rúp
....
rublis

franc Thụy Sĩ
....
Šveicarijos frankas

nhân dân tệ
....
juanis

rupi
....
rupija

máy rút tiền tự động
....
bankomatas

quầy đổi tiền

valiutos keitykla

vàng

auksas

bạc

sidabras

dầu

nafta

năng lượng

energija

giá tiền

kaina

hợp đồng

sutartis

thuế

mokestis

cổ phiếu

akcijos

làm việc

dirbti

nhân viên

darbuotojas

chủ lao động

darbdavys

nhà máy

gamykla

cửa hiệu

parduotuvė

nhân viên cảnh sát
policininkas

lính cứu hỏa
ugniagesys

đầu bếp
virėjas

...ông
...nas

bác sĩ
gydytojas

người làm vườn

sodininkas

thợ mộc

stalius

thợ may

siuvėja

chánh án

teisėjas

nhà hóa học

chemikas

diễn viên

aktorius

tài xế xe buýt

autobuso vairuotojas

người lái taxi

taksi vairuotojas

ngư dân

žvejys

người lau dọn vệ sinh

valytoja

thợ lợp mái nhà

stogdengys

bồi bàn

padavėjas

thợ săn

medžiotojas

họa sĩ

dailininkas

thợ làm bánh

kepėjas

thợ điện

elektrikas

thợ xây dựng

statybininkas

kỹ sư

inžinierius

người hàng thịt

mėsininkas

thợ sửa ống nước

santechnikas

người đưa thư

paštininkas

người lính

kareivis

kiến trúc sư

architektas

nhân viên thu ngân

kasininkas

người bán hoa

gėlininkas

thợ cắt tóc

kirpėjas

nhân viên soát vé

konduktorius

thợ cơ khí

mechanikas

thuyền trưởng

kapitonas

nha sĩ

odontologas

nhà khoa học

mokslininkas

giáo sĩ Do thái

rabinas

lãnh tụ Hồi giáo

imamas

nhà sư

vienuolis

mục sư

kunigas

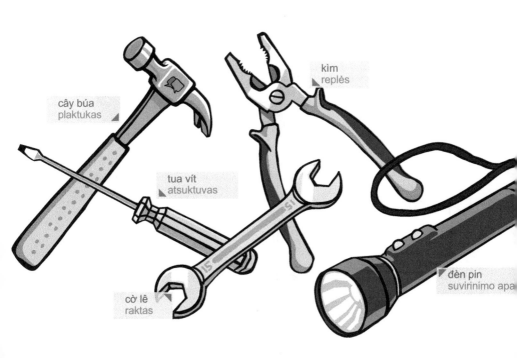

cây búa
plaktukas

kìm
replės

tua vít
atsuktuvas

cờ lê
raktas

đèn pin
suvirinimo apa

máy xúc đất

ekskavatorius

hộp dụng cụ

įrankių dėžė

cái thang

kopėčios

cưa

pjūklas

đinh

vinys

máy khoan

grąžtas

sửa chữa
......
taisyti

cái xẻng
......
kastuvas

khốn nạn!
......
Velniava!

cái hót rác
......
semtuvėlis

thùng sơn
......
dažų skardinė

vít
......
varžtai

nhạc cụ
muzikos instrumentai

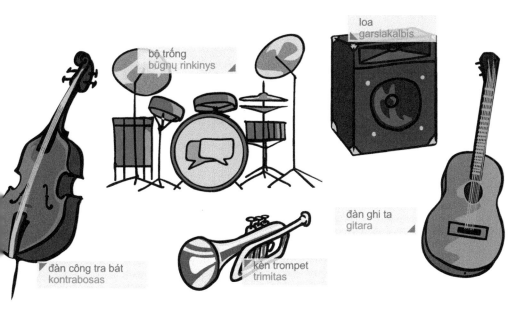

loa
garsiakalbis

bộ trống
būgnų rinkinys

đàn ghi ta
gitara

đàn công tra bát
kontrabosas

kèn trompet
trimitas

đàn piano

pianinas

đàn vĩ cầm

smuikas

ghi ta bass

bosinė gitara

trống định âm

timpanas

trống

būgnai

đàn organ

sintezatorius

kèn Saxophone

saksofonas

sáo

fleita

micro

mikrofonas

con cọp
tigras

lối vào
įėjimas

ng
rvas

ngựa vằn
zebras

thức ăn gia súc
gyvūnų pašaras

gấu trúc
panda

động vật
gyvūnai

con voi
dramblys

chuột túi
kengūra

tê giác
raganosis

khỉ đột
gorila

con gấu
meška

lạc đà

kupranugaris

đà điểu

strutis

sư tử

liūtas

con khỉ

beždžionė

hồng hạc

flamingas

con vẹt

papūga

gấu bắc cực

baltoji meška

chim cánh cụt

pingvinas

cá mập

ryklys

con công

povas

con rắn

gyvatė

cá sấu

krokodilas

người trông giữ vườn bách thú

zoologijos sodo prižiūrėtojas

hải cẩu

ruonis

báo đốm

jaguaras

ngựa lùn
ponis

con báo
leopardas

hà mã
begemotas

hươu cao cổ
žirafa

đại bàng
erelis

heo rừng
šernas

cá
žuvis

con rùa
vėžlys

hải mã
vėplys

con cáo
lapė

linh dương
gazelė

bóng bầu dục Mỹ
amerikietiškas futbolas

đua xe đạp
dviračių sportas

quần vợt
tenisas

bóng rổ
krepšinis

bơi
plaukimas

đấm bốc
boksas

khúc côn cầu trên băn
ledo ritulys

bóng đá

futbolas

cầu lông

badmintonas

điền kinh

atletika

bóng ném

rankinis

trượt tuyết

slidinėjimas

polo

polas

cười
juoktis

nhảy
šokinėti

ôm
apkabinti

đi bộ
vaikščioti

ca hát
dainuoti

mơ
svajoti

cầu nguyện
melstis

hôn
bučiuoti

viết	vẽ	chỉ trỏ
rašyti	piešti	rodyti

đẩy	cho	lấy đi
stumti	duoti	imti

có

turèti

làm

daryti

thì / là

būti

đứng

stovėti

chạy

bėgti

kéo

traukti

ném

mesti

rơi

kristi

nằm

meluoti

chờ đợi

laukti

mang vác

nešti

ngồi

sėdėti

mặc quần áo

rengtis

ngủ

miegoti

thức dậy

pabusti

xem
žiūrėti

khóc
verkti

vuốt ve
glostyti

chải
šukuoti

nói chuyện
kalbėti

hiểu
suprasti

câu hỏi
paklausti

nghe
klausytis

uống
gerti

ăn
valgyti

dọn dẹp
tvarkytis

yêu
mylėti

nấu nướng
gaminti

lái xe
vairuoti

bay
skristi

các hoạt động - užsiėmimai

đi thuyền buồm
buriuoti

tính toán
skaičiuoti

đọc
skaityti

học
mokytis

làm việc
dirbti

cưới
vesti

khâu vá
siūti

đánh răng
valytis dantis

giết
žudyti

hút thuốc
rūkyti

gửi đi
siųsti

nội (ngoại)
elė

ông nội (ngoại)
senelis

cha
tėvas

mẹ
motina

trẻ con
kūdikis

con gái
dukra

con trai
sūnus

khách

svečias

cô (dì)

teta

chú, bác (cậu)

dėdė

anh (em) trai

brolis

chị (em) gái

sesuo

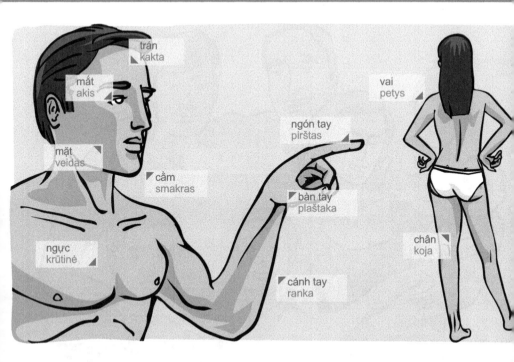

trán
kakta

mắt
akis

mặt
veidas

cằm
smakras

ngực
krūtinė

vai
petys

ngón tay
pirštas

bàn tay
plaštaka

chân
koja

cánh tay
ranka

trẻ con

kūdikis

đàn ông

vyras

phụ nữ

moteris

bé gái

mergaitė

bé trai

berniukas

đầu

galva

lưng

nugara

bụng

pilvas

rốn

bamba

ngón chân

kojos pirštas

gót chân

kulnas

xương

kaulas

hông

klubas

đầu gối

kelis

khuỷu tay

alkūnė

mũi

nosis

mông

sėdmenys

da

oda

má

skruostas

tai

ausis

môi

lūpa

miệng

burna

răng

dantis

lưỡi

liežuvis

não

smegenys

tim

širdis

cơ bắp

raumuo

phổi

plaučiai

gan

kepenys

dạ dày

skrandis

thận

inkstai

giao hợp

seksas

bao cao su

prezervatyvas

noãn

kiaušialąstė

tinh dịch

sperma

mang thai

nėštumas

kinh nguyệt

menstruacijos

âm vật

makštis

dương vật

varpa

lông mày

antakis

tóc

plaukai

cổ

kaklas

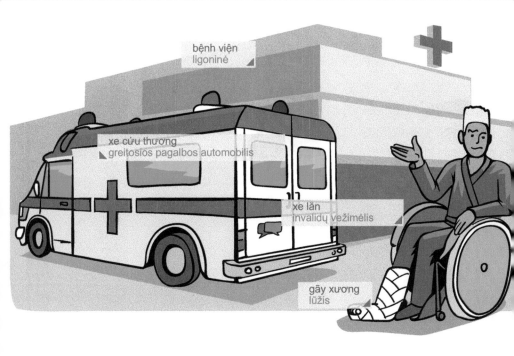

bệnh viện
ligoninė

xe cứu thương
greitosios pagalbos automobilis

xe lăn
invalidų vežimėlis

gãy xương
lūžis

bác sĩ

gydytojas

phòng cấp cứu

skubios pagalbos skyrius

y tá

slaugytoja

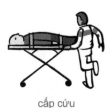

cấp cứu

nelaimingas atsitikimas

bất tỉnh

be sąmonės

cơn đau

skausmas

bị thương

sužalojimas

chảy máu

kraujavimas

nhồi máu cơ tim

širdies smūgis

đột quy

insultas

dị ứng

alergija

ho

kosulys

sốt

karščiavimas

cúm

gripas

tiêu chảy

viduriavimas

đau đầu

galvos skausmas

ung thư

vėžys

bệnh tiểu đường

diabetas

bác sĩ phẫu thuật

chirurgas

dao mổ

skalpelis

giải phẫu

operacija

chụp cắt lớp
KT

chụp x-quang
rentgenas

siêu âm
ultragarsas

mặt nạ
veido kaukė

bệnh
liga

phòng đợi
laukiamasis

cái nạng
ramentas

băng dán vết thương
gipsas

băng bó
tvarstis

tiêm thuốc
injekcija

ống nghe khám bệnh
stetoskopas

băng ca
neštuvai

nhiệt kế
termometras

sinh đẻ
gimimas

thừa cân
antsvoris

máy trợ thính
klausos aparatas

chất khử trùng
dezinfekavimo priemonė

nhiễm trùng
infekcija

vi rút
virusas

HIV / AIDS
ŽIV / AIDS

thuốc
vaistas

tiêm chủng
skiepijimas

thuốc viên
tabletės

viên thuốc
piliulė

gọi cấp cứu
kubios pagalbos numeris

máy đo huyết áp
kraujospūdžio matuoklis

bệnh / khỏe mạnh
ligotas / sveikas

cứu!

Padėkite!

báo động

pavojaus signalas

cuộc đột kích

užpuolimas

sự tấn công

ataka

mối nguy hiểm

pavojus

lối thoát hiểm

avarinis išėjimas

cháy!

Gaisras!

bình chữa cháy

gesintuvas

tai nạn

nelaimingas atsitikimas

bộ dụng cụ sơ cứu

pirmosios pagalbos rinkinys

SOS

SOS

cảnh sát

policija

châu Âu

Europa

Bắc Mỹ

Šiaurės Amerika

Nam Mỹ

Pietų Amerika

châu Phi

Afrika

châu Á

Azija

châu Úc

Australija

Đại Tây Dương

Atlanto vandenynas

Thái Bình Dương

Ramusis vandenynas

Ấn Độ Dương

Indijos vandenynas

Nam Cực Dương

Pietų vandenynas

Bắc Băng Dương

Arkties vandenynas

bắc cực

Šiaurės ašigalis

nam cực

Pietų ašigalis

nam cực

Antarktida

trái đất

Žemė

đất liền

sausuma

biển

jūra

đảo

sala

quốc gia

tauta

nhà nước

valstybė

mặt đồng hồ

ciferblatas

kim chỉ giờ

valandinė rodyklė

kim chỉ phút

minutinė rodyklė

kim chỉ giây

sekundinė rodyklė

Bây giờ là mấy giờ?

Kiek valandų?

ngày

diena

thời gian

laikas

bây giờ

dabar

đồng hồ điện tử

skaitmeninis laikrodis

phút

minutė

giờ

valanda

tuần lễ
savaitė

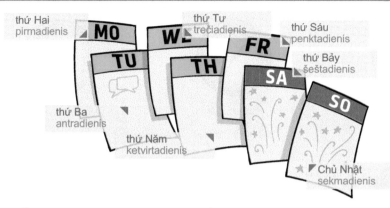

thứ Hai
pirmadienis

thứ Tư
trečiadienis

thứ Sáu
penktadienis

thứ Bảy
šeštadienis

thứ Ba
antradienis

thứ Năm
ketvirtadienis

Chủ Nhật
sekmadienis

hôm qua

vakar

hôm nay

šiandien

ngày mai

rytoj

buổi sáng

rytas

buổi trưa

vidurdienis

buổi tối

vakaras

MO	TU	WE	TH	FR	SA	SU
1	2	3	4	5	6	7
8	9	10	11	12	13	14
15	16	17	18	19	20	21
22	23	24	25	26	27	28
29	30	31	1	2	3	4

ngày làm việc

darbo dienos

MO	TU	WE	TH	FR	SA	SU
1	2	3	4	5	6	7
8	9	10	11	12	13	14
15	16	17	18	19	20	21
22	23	24	25	26	27	28
29	30	31	1	2	3	4

cuối tuần

savaitgalis

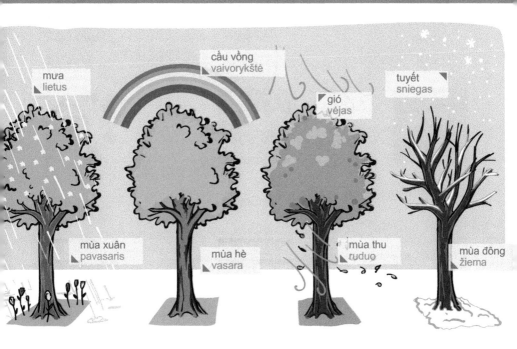

mưa / lietus

cầu vồng / vaivorykštė

gió / vėjas

tuyết / sniegas

mùa xuân / pavasaris

mùa hè / vasara

mùa thu / ruduo

mùa đông / žiema

dự báo thời tiết

orų prognozė

nhiệt kế

lauko termometras

ánh nắng

saulės šviesa

mây

debesis

sương mù

rūkas

độ ẩm không khí

drėgmė

tia chớp

žaibas

sấm sét

griaustinis

cơn bão

audra

mưa đá

kruša

gió mùa

musonas

lũ lụt

potvynis

nước đá

ledas

tháng Một

sausis

tháng Hai

vasaris

tháng Ba

kovas

tháng Tư

balandis

tháng Năm

gegužė

tháng Sáu

birželis

tháng Bảy

liepa

tháng Tám

rugpjūtis

tháng Chín

rugsėjis

tháng Mười

spalis

tháng Mười Một

lapkritis

tháng Mười Hai

gruodis

hình dạng
formos

hình tròn

apskritimas

hình vuông

kvadratas

hình chữ nhật

stačiakampis

hình tam giác

trikampis

hình cầu

sfera

khối vuông

kubas

màu trắng

balta

màu vàng

geltona

màu cam

oranžinė

màu hồng

rožinė

màu đỏ

raudona

màu tím

violetinė

màu xanh dương

mėlyna

màu xanh lá cây

žalia

màu nâu

ruda

màu xám

pilka

màu đen

juoda

nhiều / ít

daug / mažai

tức tối / điềm tĩnh

piktas / ramus

xinh đẹp / xấu xí

gražus / bjaurus

bắt đầu / kết thúc

pradžia / pabaiga

to / nhỏ

didelis / mažas

sáng / tối

šviesus / tamsus

h (em) trai / chị (em) gái

brolis / sesuo

sạch / bẩn

švarus / purvinas

đủ / thiếu

užbaigtas / neužbaigtas

ngày / đêm

diena / naktis

chết / sống

miręs / gyvas

rộng / chật hẹp

platus / siauras

ăn được / không ăn được

valgomas / nevalgomas

ác / tử tế

piktas / malonus

hào hứng / chán nản

linksmas / nuobodus

béo / gầy

storas / plonas

đầu tiên / cuối cùng

pirmiausia / paskiausia

bạn / thù

draugas / priešas

đầy / rỗng

pilnas / tuščias

cứng / mềm

kietas / minkštas

nặng / nhẹ

sunkus / lengvas

đói / khát

alkis / troškulys

bệnh / khỏe mạnh

ligotas / sveikas

bất hợp pháp / hợp pháp

nelegalus / legalus

thông minh / ngu

protingas / kvailas

trái / phải

kairė / dešinė

gần / xa

arti / toli

đối lập - priešingos reikšmės žodžiai

mới / cũ

naujas / naudotas

không có gì cả / có cái gì đó

niekas / kažkas

già / trẻ

senas / jaunas

bật / tắc

jjungta / išjungta

mở / đóng

atidaryta / uždaryta

im lặng / ồn ào

tylus / garsus

giàu / nghèo

turtingas / vargšas

đúng / sai

teisus / neteisus

sần sùi / mịn màng

šiurkštus / švelnus

buồn / vui

liūdnas / laimingas

ngắn / dài

trumpas / ilgas

chậm / nhanh

lėtas / greitas

ẩm ướt / khô ráo

drėgnas / sausas

ấm áp / mát mẻ

šiltas / šaltas

chiến tranh / hòa bình

karas / taika

0

số không

nulis

1

một

vienas

2

hai

du

3

ba

trys

4

bốn

keturi

5

năm

penki

6

sáu

šeši

7

bảy

septyni

8

tám

aštuoni

9

chín

devyni

10

mười

dešimt

11

mười một

vienuolika

12

mười hai
dvylika

13

mười ba
trylika

14

mười bốn
keturiolika

15

mười lăm
penkiolika

16

mười sáu
šešiolika

17

mười bảy
septyniolika

18

mười tám
aštuoniolika

19

mười chín
devyniolika

20

hai mươi
dvidešimt

100

một trăm
šimtas

1.000

một ngàn
tūkstantis

1.000.000

một triệu
milijonas

tiếng Anh

anglų

tiếng Anh Mỹ

amerikiečių anglų

tiếng Quan Thoại

kinų (mandarinų)

tiếng Hin-di

hindi

tiếng Tây Ban Nha

ispanų

tiếng Pháp

prancūzų

tiếng Ả-rập

arabų

tiếng Nga

rusų

tiếng Bồ Đào Nha

portugalų

tiếng Bengal

bengalų

tiếng Đức

vokiečių

tiếng Nhật

japonų

tôi

aš

bạn

tu

anh ta / cô ta / nó

jis / ji

chúng tôi

mes

các bạn

jūs

họ

jie

ai?

kas?

cái gì?

ką?

như thế nào?

kaip?

ở đâu?

kur?

lúc nào?

kada?

tên

vardas

phía sau
....
už

ở trong
....
kur (vieta)

phía trước
....
priešais

phía trên
....
virš

ở trên
....
ant

ở dưới
....
po

bên cạnh
....
prie

ở giữa
....
tarp

chỗ
....
vieta